गोष्ट
डॉटकॉम

सोनूचा धडा

आणि इतर बोधकथा

ज्ञानदा नाईक

हे पुस्तक **माझं** आहे.

मेहता पब्लिशिंग हाऊस

SONUCHA DHADA ANI ITAR KATHA
by Dnyanada Naik

सोनूचा धडा आणि इतर कथा / बालसाहित्य

प्रकाशक : सुनील अनिल मेहता
मेहता पब्लिशिंग हाऊस, १९४१, सदाशिव पेठ,
माडीवाले कॉलनी, पुणे ३०.
☎ ०२०-२४४७६९२४
E-mail : author@mehtapublishinghouse.com
Website : www.mehtapublishinghouse.com

मुद्रक : स्पेक्ट्रम ऑफसेट, एरंडवणा, पुणे ०४

प्रथमावृत्ती : एप्रिल २०१९

मुखपृष्ठ व आतील चित्रे : घन:श्याम देशमुख

चार पुस्तकांचा संच

सोनूचा धडा

वाघिणीचं छोटं बाळ सोनू प्रत्येकासारखं व्हायचा आणि वागायचा प्रयत्न करायचा. भावंडं त्याला हसायची. 'कॉपी कॅट' म्हणून चिडवायची. पण सोनूला त्याचं काही नसायचं. दुसरा जसा आहे तसं आपण असावं, असं त्याला सारखं वाटायचं. खरं तर तो वाघाचा बच्चा होता. त्यानं कसं ऐटीत राहायचं, भावंडांशी खेळायचं, आईकडून शिकार करायला शिकायचं, पण सोनू भावंडांबरोबर न खेळता जंगलात भटकायचा. मनाशी म्हणायचा, 'जे दिसेल तसं मी करून पाहणार.' एकदा भटकायला निघाल्यावर त्याला उलटं टांगून झोप घेणारं वटवाघूळ दिसलं. "मीही असाच झोपणार," सोनू म्हणाला. वटवाघळाने समजूत घातली, "फक्त वटवाघळंच असं झोपतात." पण काही न ऐकता सोनू एका फांदीला उलटं लोंबकळला आणि दुसऱ्या क्षणी धाडदिशी खाली आपटला.

''बघ, तरी मी सांगत होऽऽऽतो,'' असं म्हणेपर्यंत वटवाघूळ झोपूनसुद्धा गेलं. सोनू धूळ झटकून पुढे निघाला. त्याला एका पायावर पाण्यात उभा असलेला बगळा दिसला. लगेच सोनू पाण्यात शिरला. ''का हो बगळेदादा असे उभे?''

''मासे पकडतोय बाळा,'' बगळा म्हणाला.

''किती वेळ?'' सोनूने विचारलं. 'पक्षी असे खूप वेळ उभे राहू शकतात, मग मी का नाही', म्हणत सोनूने पाण्यात एक पाय उचलला. 'अरे वा! मला येतंय' असं म्हणत दुसरा आणि तिसरा पाय उचलला अन् सोनू धबकन पाण्यात पडून गटांगळ्या खायला लागला.

''सांगितलं होतं मी तुला,'' म्हणत बगळ्याने डोळे मिटून घेतले. सोनू पुढे गेला. एका ओंडक्यावर त्याला ओंडक्याच्याच रंगाचा सरडा दिसला. तो पानावर चढला तसा त्याचा रंग हिरवा झाला. सोनूला मजा वाटली. म्हणाला, ''मीही रंग बदलला. बघ, मी हिरवा झालो.''

''छे, तू पिवळा-काळाच आहेस,'' म्हणत सरडा परत ओंडक्यावर येऊन तपकिरी झाला. सोनूला राग आला. तो बगळा असलेल्या तळ्याकाठच्या चिखलात लोळ लोळ लोळला आणि सरड्याला येऊन म्हणाला, ''बघ, मीही झालो तुझ्या रंगाचा.''

सरडा खो खो हसला. ''वेडा आहेस तू,'' म्हणत पुन्हा हसायला लागला.

सोनूला एका झाडाखाली पांढरी पिसं दिसली. त्यात तो लोळला. तशी त्याच्या ओल्या अंगाला पिसं चिकटली. तो आनंदाने सरड्याला म्हणाला, ''बघ, आता रंग बदलून मी पांढरा झालो.'' आणि तो ऐटीत आपल्या घराकडे निघाला. घराच्या बाहेर संध्याकाळी त्याची भावंडं खेळत होती. अंधारलं होतं. काळोखातून आवाज आला 'हुऽऽऽहूहू'. एक पांढरी आकृती बाहेर आली. सगळे बछडे घाबरून जवळच्या नदीच्या पाण्यात शिरून पोहायला लागले. त्यांना घाबरवायला सोनू पाण्यात शिरला तशी पिसं, चिखल वाहून गेला. सोनूला पाहून

सगळ्यांनी त्याला धोपटलं. सोनू म्हणाला, ''पुरे पुरे, यापुढे मी कधी कुणासारखं व्हायचा प्रयत्न करणार नाही.''

आपल्याला आवडणाऱ्या व्यक्तीसारखं / प्राण्यासारखं व्हावं असं बऱ्याच जणांना वाटतं. तसे आपण झालो तर लोक / मित्रमंडळी आपल्याला चिडवतात. त्यामुळे आपण आपलं स्वत:चं असं वेगळं वैशिष्ट्य निर्माण करावं. त्यासाठी योग्य ते प्रयत्न करावेत.

संकल्प : कुणासारखं होण्याऐवजी मी स्वत:सारखा होईन.

संदेश मोठा होतो

संदेश नुकताच सातवीत गेला होता. मोठ्ठं होण्याची त्याला फार घाई होती. सुजयला शाळेतून घरी येताना तो म्हणाला, ''माझी उंची मोज ना रे!''

''अरे, सोमवारीच तर तुझी उंची मोजली. आज शुक्रवार आहे. चार दिवसांत काय फरक पडणार आहे?'' चकित होऊन सुजय म्हणाला.

संदेश ठामपणे म्हणाला, ''माझी हाडं वाढली आहेत. तू मोज बरं!'' नाइलाजाने त्यांच्या नेहमीच्या झाडाशी सुजय जाऊन उभा राहिला. त्या उंच माडाखाली संदेश झाडाच्या खोडाला पाठ लावून ताठ उभा राहिला. संदेशच्या डोक्याच्या उंचीवर सुजयने खूण करीत म्हटलं, ''बघ, मागची खूण इथेच आहे. तू अजून तेवढाच आहेस.''

''काय वैताग आहे,'' संदेश स्वत:शीच म्हणाला.

त्यांचं गाव समुद्रतीरावरचं छोटं, देखणं गाव होतं. गावातले पुरुष नारळाच्या झाडांवर चढून, नारळ तोडून खाली टाकायचे. मुलं नारळ गोळा करून लावून ठेवायची. असलं पोरकट काम संदेशला आवडायचं नाही. त्याला वाटे, आपण लवकर मोठं होऊन नारळ तोडावेत इतर बाप्यांसारखे. आपण सडसडीत आणि उंच झालेले असू. घरी कुणी ओरडणार नाही. हा विचार करीत तो झाडाच्या फांदीला धरून लोंबकळत राही. पण तो काही चटकन मोठा होत नव्हता.

गावात स्पर्धा होती. सगळ्यांत जास्त नारळ तोडेल तो पहिला. गाव त्याचा सत्कार करेल. संदेश शाळेला जायच्या आधी सुट्टीच्या दिवशी मोठी माणसं झाडावर कशी चढतात, नारळ कसे तोडून खाली टाकतात, हे खूप वेळ पाहत राही. स्वप्नातसुद्धा त्याला दिसायचं की, आपण भराभर झाडावर चढून ढीगभर नारळ तोडलेत. आता त्याला स्वप्नात स्पर्धा दिसायला लागली होती. स्पर्धेचा दिवस उजाडला. सारा गाव नारळाच्या झाडांनी मिठीत घेतलेला होता. स्पर्धक गोळा झाले. शाळेला सुट्टी होती. सगळे म्हणत होते की, बाबुराव स्पर्धा जिंकणार. बाबू सराईतपणे झाडावर चढला, पण अचानक पायात गोळे येऊन तो कळवळून ओरडू लागला. त्याला उतरता येईना. तो झावळ्यात अडकून बसला.

आरडाओरडा झाला. इतर पुरुष झाडांवर चढले होते. बाबूला मदत कोण करणार? कुणाचं लक्ष नाही पाहून संदेश झाडावर चढून बाबूपर्यंत पोहोचला, तेव्हा सगळे चकित झाले. बाबूचा अडकलेला पाय त्याने झावळ्यांतून सोडवला आणि नारळ तोडून त्याने भराभर खाली टाकायला सुरुवात केली. बाबू उतरल्यावर तो खाली आला आणि मग स्पर्धेचा निकाल जाहीर झाला. सगळ्यांत जास्त नारळ संदेशने तोडले होते. सुजय म्हणाला, ''इतक्या वेगाने कुणीच माडावर चढलं नव्हतं.''

आता मोठं होण्याची संदेशला घाई नव्हती. आपण लहान असतो तेव्हा वाटते, मोठे झाल्यावर किती गोष्टी करता येतील. ती स्वप्नं पाहत आपण लहानपण नको म्हणतो. कशाला घाई!

८० टक्के आयुष्य मोठं होऊनच जगायचं असतं. आधी लहान असण्यातला आनंद घ्यायला नको का?

संकल्प : मी लहान आहे, यात आनंद मानीन.

⌘

भुरळ घालणारी बाग

प्रिया खूप मोठ्या फ्लॅटमध्ये वाढली. अगदी ऐसपैस आणि देखणं घर होतं तिचं. पण शाळेत जाणाऱ्या अल्लड, खेळकर नि स्वप्नाळू प्रियाचं मन काही त्या घरात रमायचं नाही. तिला हिरवळीवरून धावायला आवडायचं. फुलांचे रंग, गंध, पक्ष्यांची सुरेल गाणी या गोष्टी मोहवून टाकायच्या. पण तिच्या घराला मुळी बागच नव्हती. एके दिवशी तिला एक दूर जाणारी वाट दिसली. वाटेजवळ पेरू विकत बसलेल्या आजीला तिने विचारलं, "आजी, ही वाट कुठे जाते हो?"

"हा रस्ता भुरळ पाडणाऱ्या बागेकडे जातो. त्याच्या मालकिणीला जादूटोणा करता येतो. कुणी जात नाही या वाटेनं पोरी," आजी म्हणाली.

बाग म्हटल्यावर प्रिया उत्साहाने निघाली. तिला एक गुलाबी पेरू कापून त्याला मीठतिखट लावून देत पेरूवाली म्हणाली, "बागेतलं फूलबील तोडू नको ताई. काहीतरी आक्रित घडेल."

सगळ्या बागांत सुंदर होती ती बाग. प्रिया फार आनंदली. पुन:पुन्हा ती बागेत जाऊ लागली. एके दिवशी फार सुंदर वास येणारं गुलाबाचं फूल तिनं न राहवून

तोडलं आणि ते डोक्यात घालून ती घरी आली. फूल पाण्यात घालून ठेवताना तिला पेरूवाल्या आजीनं बजावलेलं आठवलं. ती घाबरली. रोज धास्तावून काय घडतंय याची ती वाट पाहू लागली. बरेच दिवस गेले. काहीच घडलं नाही. ती मनाचा हिय्या करून बागेत लांब जाणाऱ्या त्या पायवाटेने गेली. पाहते तो सगळी बाग मरगळलेली, सुकलेली, भकास झालेली होती. प्रियाला फार रडू आलं. तिला आणखी कुणाच्या तरी रडण्याचा आवाज आला. एका सुंदर घरातून तो आवाज येत होता. प्रिया घरात गेली. एक जख्ख म्हातारी केविलवाणं रडत होती. प्रियाने तिचा चेहरा आपल्या ओंजळीत धरून विचारले, "का रडता?"

"कुणीतरी माझ्या जादूच्या बागेतलं फूल चोरलं. फूल कायम ताजं राहणार, पण बाग मरून गेली..."

"मी फूल तोडलं. मला काय ती शिक्षा द्या. बाग तुमच्या जादूने पूर्वीसारखी करा," प्रिया म्हणाली,

“फूल तोडलंस त्याच वेळी माझी जादू नाहीशी झाली. मीही या बागेसारखीच मरून जाईन,” म्हातारी म्हणाली. प्रियाचं काळीज फाटून गेलं. ती रडत किंचाळली, “असं होता कामा नये. मी काय करू?”

“फूल परत आण. त्याबरोबर ओंजळभर मुंगळे आण,” म्हातारी म्हणाली.

प्रियाने हिंमत करून मुंगळे गोळा केले. फूल घेऊन ती परतली. म्हातारीने काही मंत्र म्हटले. काही जादूची मोहिनी टाकली. तिने मुंगळ्यांचं काय केलं ते प्रियाला कळलं नाही. ती वाट पाहत उदासपणे बागेत बसून राहिली. म्हातारीने जादूचं रसायन बनविलं नि पिऊन टाकलं. अचानक बाग पुन्हा तरारली. म्हातारीच्या जागी सुंदर तरुणी दिसायला लागली. प्रियाने धावत जाऊन तिला मिठी मारली. दोघी एकमेकींच्या मैत्रिणी झाल्या आणि जादूच्या बागेत आनंदाने भेटू लागल्या.

तुम्ही प्रामाणिकपणे वागण्याची हिंमत दाखवता तेव्हा तुमचा आसमंत तुम्हाला सुंदर वाटू लागतो. इतरांचा तुमच्यावर विश्वास बसतो. त्यामुळे नवे मित्रमैत्रिणी मिळतात.

संकल्प : मी प्रामाणिकपणे वागेन.

मॉलमधली मदत

ईशानीला खेळण्यांचा खूप सोस होता. कितीतरी बाहुल्या, त्यांचे फ्रॉक, वस्तू तिच्याकडे होत्या. शिवाय कापूस भरलेले निरनिराळे प्राणी कितीतरी होते. तिच्याकडे बाहुलीचं घर होतं. घराला स्वयंपाकघर, झोपायची खोली, दिवाणखाना होता. त्यात सामान होतं, पण या सगळ्याचाच तिला खूप कंटाळा आला होता. तिने शेफालीला मोबाइलवर विचारलं, ''काय गं? वाचते आहेस की चित्रं काढत बसली आहेस?'' तिला ठाऊक होतं की शेफालीला बाहुल्या, खेळणी असं काहीसुद्धा आवडत नाही. तिच्याकडे खूप खूप पुस्तकं असतात. ती जेव्हा पाहावं तेव्हा पुस्तकात डोकं खुपसून बसलेली असते. तिला चित्रं खूप छान काढता येतात. कुठलंही वेगळं दृश्य तिला भावलं की पेन्सिलने ती रेखाचित्र

काढते. त्यात रंग भरते. दोघींच्या आवडी वेगळ्या असल्या तरी त्यांची अगदी पहिलीच्या वर्गापासून मैत्री होती. दोघी एका बाकावर बसायच्या. डबा एकत्र खायच्या. शेफाली म्हणाली, ''मोबाइल कशाला केलास? आज सुट्टी आहे तर ये ना माझ्याकडे. मला वाचायचा, चित्रं काढायचा अगदी कंटाळा आलाय. प्रत्यक्षच गप्पा मारू, नाहीतर भटकू.'' ईशानी म्हणाली, ''मॉलमध्ये जाऊ या. सेंट्रल मॉल दोघींच्याही घराच्या जवळ आहे.''

''अगं, पण पैसे कुठे आहेत आपल्याकडे?'' शेफालीनं शंका काढली.

''बघायला कशाला लागतात पैसे? चल, ये तू, मी मॉलच्या दाराशी वाट पाहते.''

पर्सेस, नेलपेंट्स, कपडे, सँडल्स-शूज बघत वेळ बरा चालला होता. एका कोपऱ्यापाशी टेबलवर काही पत्रकं, छापील कागद, छायाचित्रं मांडून एक बाई गरजू मुलांसाठी पैसे गोळा करत होती. दोघीही तिच्याजवळ घुटमळल्या. त्या

मुलांची छायाचित्रं, त्यांनी केलेल्या वस्तू आणि बाईंचे निवेदन या सगळ्याचा परिणाम झाला. आपण मदत केली पाहिजे, असे दोघींनाही फार वाटलं, पण जवळ पैसेच नव्हते. त्या फिरत पुढे निघाल्या.

खेळण्यांच्या दुकानात ईशानीचे पाय वळले. दुकानात प्रचंड पसारा झाला होता. मध्यम वयाच्या छान दिसणाऱ्या बाई घामाघूम होऊन खेळणी नीट मांडत होत्या, पण फार थकलेल्या होत्या. ''काकू, आम्ही मदत करतो,'' शेफाली म्हणाली आणि पाहता पाहता दोघींच्या मदतीने सारं दुकान पूर्ववत लावून झालं. बाई फार खूश झाल्या. दोघींना त्यांनी पैसे देऊ केले. ईशानी संकोचली. नको म्हणू लागली. तेवढ्यात शेफालीने हात पुढे करून पैसे घेतले. ईशानीला आश्चर्य वाटलं. शेफाली तिला घेऊन गरजू मुलांसाठी पैसे गोळा करणाऱ्या बाईकडे गेली आणि नुकतेच मिळालेले पैसे दोघींच्या नावाने तिने देऊन टाकले.

आपल्याकडे जास्त असलेल्या किंवा नको असलेल्या वस्तू गरजवंताला द्याव्यात. त्यामुळे देणाऱ्याला व घेणाऱ्याला आनंद मिळतो.

संकल्प : मी गरजूंना मदत करेन.

⌘

आदित्यचा उंट

आदित्य नव्या गावात राहायला आला होता. बाबांची बदली झाल्यामुळे त्यांना मोठे शहर सोडून अमनपुरीसारख्या छोट्या गावी यावं लागलं होतं. मित्रमैत्रिणी सगळे दूर राहिले म्हणून आदित्यला फार वाईट वाटत होतं. आई म्हणाली, ''आदी, असा घरकोंबड्यासारखा काय बसून राहतोस. बाहेर जावं, नवे मित्र करावेत.'' आदित्यला वाटलं, 'आपल्यासारखा शहरातला चुणचुणीत मुलगा पाहून सगळी मुलं आपलं स्वागत करतील. 'अरे, ये ना खेळायला... अरे, चल आपण चिंचा पाडायला जाऊ...' असं म्हणतील. पण हे सगळं स्वप्नच ठरलं. मुलं क्रिकेट खेळत होती.

''मी येऊ तुमच्यात खेळायला?'' आदित्यने विचारलं.

''ये, चेंडू अडवायला उभा राहा,'' नाक उडवत एक जण म्हणाला.

खेळ संपेपर्यंत त्याच्याशी कुणीच बोललं नाही. अंधार पडायला लागला, तसे सगळे घरी निघून गेले. आदित्य फार दु:खी झाला.

''मला इथे मित्र मिळणारच नाहीत.''

''आदित्य, दु:खी नको होऊस. मी मुलांना मदत करणारी परी आहे. ज्यांना मदतीची गरज आहे त्यांच्यापाशी मी येते. बोल! काय मदत हवीय तुला.''

परीला पाहून आदित्य चकित झाला.

''गावातल्या सगळ्या मुलांना मी आवडायला पाहिजे... अंऽऽऽ तू मला खेळायला मोठ्ठा प्राणी दे. जो फक्त माझ्याकडेच असेल. बाकी गावात कुणाकडे नसेल. मग सगळी मुले येतील माझ्या मित्राला पाहायला.'' आदित्य म्हणाला.

परीने विचार केला. म्हणाली, ''ठीक आहे.''

आदित्य घरी आला. पाहतो तो दारात एक उंट उभा होता. हैराण चेहऱ्याने बाबा कमरेवर हात ठेवून उभे होते. आई कपाळाला हात लावून बसली होती.

आदित्यला मात्र आनंद झाला. ‘सगळे आता आपणहून येतील माझ्याशी मैत्री करायला,’ त्याच्या मनात आलं. पण उंटाला रात्री खायला काय द्यायचं? त्याला प्यायला एवढं पाणी कुठल्या भल्यामोठ्या भांड्यात द्यायचं? त्याला झोपायला आडोसा कसा करायचा? एक ना दोन, अनेक प्रश्न उभे राहिले. “अरे, खेळायला, पाळायला प्राणी हवा होता, तर कुत्रा, मांजर, शेळी, कोंबडा, पोपट मागायचास.” आई वैतागून म्हणाली.

“हे बघ, आदी, उद्या उजाडायच्या आत हा उंट इथून गेला पाहिजे. नसती ब्याद नको.” बाबा म्हणाले. आदित्य परीची आठवण करू लागला. परीला म्हणाला, “मला उंट नको. मीच मित्र मिळवेन.”

कुठलीही गोष्ट विनासायास मिळत नाही. त्यासाठी स्वत: प्रयत्न करावे लागतात. प्रयत्न अयशस्वी झाला तर परत परत प्रयत्न करत राहावं लागतं. मगच आपली इच्छित गोष्ट आपल्याला प्राप्त होते.

संकल्प : मी प्रयत्न करत राहीन.

फुगूचिडू परी बदलली

दूर क्षितिजापलीकडे पऱ्यांचा गाव होता. छोटी सुंदर घरं चमचम करायची. बागांमधली रंगीबेरंगी फुलं सुगंध उधळायची. झाडांना पानापेक्षा फळंच जास्त असायची. पक्षी सोनेरी रंगाचे, तर प्राणी चंदेरी रंगाचे. पऱ्यांच्या गावात रस्ते मात्र नव्हते, कारण पऱ्या चालायच्याच नाहीत कधी. त्या फक्त आपले नाजूक पंख पसरून हवेत उडायच्या. पऱ्यांच्या गावात माणसाच्या गावासारखंच प्रत्येकाला काम करावं लागे. कामं ठरलेली असायची प्रत्येकाची. 'चमचमीत' परी जेवण करायची, 'करकर' परी कापड कापून कपडे शिवायची, 'ठाकठोक' परी जोडे करायची. प्रत्येकीला एक ठरावीक काम दिलं होतं. ही गोष्ट आहे त्यातल्याच एका परीची. तिचं नाव फुगूचिडू. फुगूचिडू सतत वैतागलेली, रागावलेली, रुसलेली असायची. खरं तर पऱ्यांनी कसं आनंदी, हसरं असावं. पण फुगूचिडू तशी

नव्हती. अगदी एकाकी होती. कारण तिला मैत्रिणी नव्हत्या. दोष तिचाच होता. ज्याच्या-त्याच्यावर ती फक्त चिडायची. चमचमीत परीवर ती खेकसली, "किती मीठ घालतेस? नीट जेवण करता येत नाही का?"

"ब्लाऊज लांब का शिवलास," करकर परीवर चिडली.

तिच्या भाचीला गोडूसोनूला कळायचं नाही की, आपली आत्या अशी सारखी फुगून का बसते. "तू नेहमी दुसऱ्यांचे दोष काढून स्वत:ला का त्रास करून घेतेस?" गोडूसोनू विचारे. फुगूचिडू ओरडून म्हणायची, "कारण सगळे मूर्ख आहेत. काही उपयोगाचे नाहीत."

सगळ्या पऱ्या तिच्या स्वभावाला कंटाळल्या.

"मला मिठाचा अंदाज नाही. तुझं तूच कर जेवण," चमचमीत म्हणाली.

"मला नीट शिवता येत नाही. तूच शिव तुझे कपडे," करकर म्हणाली.

छुनछुन परीने नाच शिकवणं सोडून दिलं. गोडगोड परीनं मध देणं नाकारलं. नाक उडवून फुगूचिडू म्हणाली, "त्यात काय एवढं. करीन माझं मी सगळं. मुळीच गरज नाही मला तुमची." तिने कणीक मळली. पण पोळ्या लाटताना

नकाशे झाले. भाजी सगळी जळून गेली. पण फुगूचिडूनं हार मानली नाही. कापड आणून तिनं ब्लाऊज, परकर कापला. शिवताना लक्षात आलं की, ब्लाऊजचे हात उलटे लागलेत अन् परकर आखूड झालाय. मध खाऊन भूक भागवू म्हणून ती मध आणायला गेली, तर मधमाश्यांचा थवा तिच्यामागं लागला. तिला डंख मारू लागला. सुजलेल्या चेहऱ्यानं, भुकेल्या पोटानं फुगूचिडू घरी आली. तिला रडू आलं. गोडूसोनूनं तिच्या सुजलेल्या चेहऱ्याला औषध लावत विचारलं, "असं किती दिवस करणार तू?"

फुगूचिडूनं विचार केला. ती गोडूसोनूला म्हणाली, "सगळ्या पऱ्यांची मी माफी मागते. मी आजपासून स्वतःला बदलेन."

सगळ्यांशी मिळूनमिसळून, गोडीने वागता येतं. दुसऱ्याची एखादी गोष्ट आपल्याला आवडली नाही, तर त्याचा अपमान न करता चांगल्या प्रकारे सांगता येतं. नाहीतर एकटेपणा वाट्याला येतो.

संकल्प : मी सर्वांशी नीट वागेन.

⌘

हिरव्या कौलांचे चेटकिणीचे घर

अनु रोज शाळेतून मैत्रिणींबरोबर घरी येताना ते हिरव्या कौलांचं घर पाहायची. सगळ्या मैत्रिणी चालण्याची गती वाढवायच्या. श्वास रोखायच्या. गप्प चालत राहायच्या. एकदा का ते कौलारू, एकाकी घर मागे पडलं की, त्यांचं हसणं-खिदळणं पुन्हा सुरू व्हायचे. श्रेया म्हणाली, ''त्या घरात चेटकीण राहते, असं आई म्हणते.''

एकदा शाळा लवकर सुटल्यावर घरी जाताना अनु म्हणाली, ''आपण घरापाशी जाऊन पाहू या का त्या चेटकिणीला?'' आणि ती पोहोचलीसुद्धा घरापाशी. तिने हलक्या हाताने दार वाजवलं. थोड्या विस्कटलेल्या, पांढऱ्याशुभ्र केसांची, काळ्यासावळ्या रंगाची, पांढरं पातळ नेसलेली एक जख्ख म्हातारी दार उघडून बाहेर आली. श्रेया, निशा फाटकापासून किंचाळल्या, 'अनु पळ' आणि

अनु पाठीमागून येतेय का नाही न पाहता त्या पळत सुटल्या. त्यांच्या हाकेसरशी अनुही पळत सुटली. मागून गोड आवाजातले शब्द किणकिणले, ''अगं बाळे, आत ये ना! पाणी हवं होतं का तुला?''

पण मागे वळून न पाहता अनु धावत मैत्रिणींजवळ धापा टाकत पोहोचली होती. रात्री झोपताना अनुला ती गोड आवाजाची आजी आठवली. खरंच ती चेटकीण असेल? का आपल्या ताईआजीसारखी आजी असेल? किती प्रेमाने ती आपल्याला घरात बोलवत होती. आपण असं धावत सुटलेलं पाहून तिला काय वाटलं असेल? बराच वेळ अनु विचार करत जागी होती. तिने ठरवलं की, उद्या पुन्हा त्या हिरव्या कौलाच्या घरी जायचं. मग तिला शांत झोप लागली. दुसऱ्या दिवशी शाळेतून येताना अनु म्हणाली, ''मी त्या आजीला भेटायला जाणार आहे. आपण काल असं पळायला नको होतं. तिला किती वाईट वाटलं असेल.''

''श्रेया, आपणही जाऊ अनुबरोबर. आपलं वागणं जरा चुकलं असं मलाही वाटतंय,'' निशा म्हणाली.

तिघी संध्याकाळी आजीकडे गेल्या. घरातून बेसनाच्या लाडवांचा मस्त सुगंध येत होता. तिघींना पाहून आजीला फार आनंद झाला.

"येत जा गं पोरींनो. मला फार बरं वाटलं. एकटी असते ना मी!"

आजीने प्रत्येकीच्या हातावर प्रेमाने लाडू ठेवत म्हटलं. त्या दिवसापासून मुलींना नवी आजी मिळाली, आजीला नाती मिळाल्या.

एखाद्या गोष्टीचे ज्ञान झालं की, आपण भीतीचा सामना करू शकतो. घाबरून दूर पळण्यापेक्षा ज्या गोष्टीची भीती वाटते तिला सामोरं गेलं की, वस्तुस्थिती कळते. बऱ्याचदा भीती काल्पनिकच असते.

संकल्प : विनाकारण न घाबरता मी भीतीचे कारण शोधण्याचा प्रयत्न करीन.

रबराचा माणूस

फार पूर्वी सगळे प्राणी शेती करायचे. त्या काळातली ही कथा आहे. पावसाळा जवळ आला होता. कोळी सोडून गावातले सगळे लोक नांगरणी, पेरणी करीत होते. कोळी फार आळशी होता. सूर्य डोक्यावर आला की भरदुपारी तो उठायचा. जेवण करायचा आणि झाडाच्या सावलीला निवांत झोपायचा. बायको म्हणायची, ''अहो, सगळे जण पेरणीच्या कामाला लागले. तुम्ही कधी जाणार शेतावर.''

''खूप वेळ आहे अजून पावसाला.'' कोळी उत्तर द्यायचा.

दिवस भराभर चालले होते.

गावातले लोक विचारायचे, ''काय राव? कधी पेरणी करणार?''

आळशी कोळी जरा कामाला लागला. त्यानं बाजारातून भुईमुगाच्या शेंगा आणल्या. बायकोला म्हणाला, ''या सोलून खारवलेले शेंगदाणे कर, म्हणजे पेरतो शेतात.'' बायको आश्चर्याने म्हणाली.

''अहो, भाजल्यावर दाणे उगवणार कसे? कोंब कसे येतील.'' बायको आश्चर्याने म्हणाली

''गप गं. खारवलेले दाणे पेरले की रोपांना खारवलेल्या शेंगा लागतील. मग भाजायची, खारवायची कटकट उरणार नाही.''

भाबडी बायको खारवण्यासाठी शेंगा सोलू लागली. खारवलेले शेंगदाणे घेऊन कोळी दुसऱ्या दिवशी सकाळी वेगळी भाकरी-भाजी बांधून बायकोचा निरोप घेऊन पेरणीसाठी शेतावर निघाला. पायवाटेनं चालत गाव, शेतं मागे टाकून तो दूर आला. त्यानं सगळे खारे दाणे खाल्ले. पाणी प्यायला अन् झाडाच्या सावलीला संध्याकाळपर्यंत निवांत झोपला. रोज तो सकाळी शेतावर जायला बाहेर पडायचा. पण शेतात इतरांप्रमाणे खुरपणं, तण काढणं, खतं घालणं करण्याऐवजी लपवून ठेवलेल्या पोत्यातले शेंगदाणे खाऊन दिवसभर झोपा काढायचा.

संध्याकाळी घरी जाऊन म्हणायचा, ''वाढ लवकर. दिवसभर मरेतोवर कष्ट करतो मी शेतात. सगळं अंग दुखतंय.''

एके दिवशी बायको म्हणाली, ''अहो, गावकऱ्यांनी कापणी करून धान्य घरी आणलं. चला मी येते आज शेंगा उकरायला.''

''मला तू गरीब माणसाच्या बायकोसारखं शेतात काम केलेलं मुळीच आवडणार नाही. मी आज शेंगा आणतो,'' कोळी डाफरला.

गावच्या प्रमुखाचं भलंथोरलं शेत होतं. कोळ्यानं गुपचूप शेंगा काढल्या. बायको जेवण तयार करून नवऱ्याची वाट पाहत होती. तिला नेऊन दिल्या. कौतुकानं एक शेंग फोडून तिनं दाणे तोंडात टाकले.

''काय हो, खारे दाणे कुठे आहेत? ह्या तर नेहमीच्याच शेंगा आहेत. तुम्ही म्हणाला होतात की खारे दाणेच पिकतील.''

''मी असं कधीच म्हटलं नव्हतं. मला आठवत नाही,'' कोळी डाफरला.

रोज कोळी शेंगा आणत राहिला. गावच्या प्रमुखाच्या शेतगड्यानं पाळत ठेवली. त्यानं रबराच्या झाडाला चिरा पाडून खाली भांडी ठेवली आणि रबराचा चिक गोळा करून त्याचा माणूस करून शेतात उभा केला. चोरी करायला आलेला कोळी त्याला चिकटला आणि पकडला गेला. त्यानंतर कोळ्याला गावात तोंड दाखवायला फार लाज वाटायला लागली. त्या दिवसापासून त्याचे वंशज कायम कोपऱ्यात लपून राहतात.

आळस अंगात शिरला की कष्ट करावेसे वाटत नाही. सारं आयतं मिळावं असं वाटतं. त्यातूनच पुढे चोरी करावीशी वाटते, खोटं बोलावंसं वाटतं. त्यामुळे आळस या शत्रूला दूर ठेवण्याबाबत विचार केला पाहिजे.

संकल्प : मी आळशी राहणार नाही.

शिल्पाचं पोहणं

प्रज्ञा आणि तिची आठ वर्षांची लेक शिल्पा पाण्यात डुंबत मजा करत होत्या. उन्हाळ्याची सुट्टी होती. शिल्पाच्या शाळेला सुट्टी होती. प्रज्ञाला पोहण्याच्या निमित्ताने शिल्पाबरोबर वेळ घालवता येत होता. एरवी तिची नोकरी आणि हिची शाळा. प्रज्ञाने ऑफिसमधून चांगली एक महिना सुट्टी काढली होती. थोडं डुंबणं झाल्यावर प्रज्ञाने तिचे दोन्ही हात धरले आणि हळूहळू तिला थोड्या खोल पाण्यात नेऊ लागली. शिल्पाने प्रचंड आरडाओरडा करून दोन्ही पाय प्रज्ञाच्या कंबरेभोवती गुंडाळले आणि दोन्ही हातांनी आईच्या मानेभोवती विळखा घालून ती 'पाण्याबाहेर ने' म्हणून किंचाळू लागली. प्रज्ञाने तिला काठापाशी नेलं. स्वत: पाण्यात सूर मारला.

"हे बघ, काही होत नाही. घाबरू नकोस," असं म्हणत पोहत ती शिल्पाजवळ आली. थोडा धीर धरून शिल्पा पाण्यात उतरली. आईचे हात धरून पाय मारू लागली, पण काही सेकंदांतच नाकातोंडात पाणी जायला लागल्यावर तिचा धीर सुटला. तिच्या आरडाओरड्याने सारा पोहण्याचा तलाव दणाणून गेला. मग मात्र शिल्पा पाण्यात शिरायलासुद्धा तयार होईना. शेवटी नाइलाजाने प्रज्ञा तिला घरी घेऊन आली.

शिल्पाला वाटत राहिलं की, आई आपल्यावर नाराज झाली. आपण असं घाबरायला नको होतं.

ती जेवताना आईला म्हणाली, "सॉरी आई, मी घाबरले."

"अगं, मलासुद्धा पहिल्यांदा पोहताना खूप भीती वाटली. आपण बुडू असं वाटलं. लहानपणी सुट्टीत आम्ही आजीकडे खेड्यात जायचो. विहिरीत पोहायला शिकताना मी फार घाबरायचे. चुलत भावंडं हसायची. विहिरीत छोटेछोटे मासे

पोहत असायचे. मला वाटलं 'ते कुठे बुडतात. त्यांना पोहायला येतं, मग मला का नाही जमणार.' मी डोळे मिटले. कल्पना केली की, मी छोटा मासा आहे आणि शिरले पाण्यात,'' आई म्हणाली.

शिल्पा दुपारी विचार करीत राहिली. 'मासा पोहतो, बेडूक पोहतो, पान तरंगतं. मीही पोहू शकेन.'

रात्री आईच्या कुशीत शिरत ती म्हणाली, ''उद्या सकाळी पोहायला जायचं बरं का!''

आपल्या आजूबाजूला खूप प्रकारच्या गोष्टी असतात, ज्यांची आपल्याला भीती वाटते. पण आपण भीतीला सामोरे गेलो, आपल्याला वाटणारी भीती दूर करण्याचा प्रयत्न केला तर भीतीवर नक्की मात करू शकतो. सगळ्यांत आधी कबूल करायला हवं की, अमुक गोष्टीची मला भीती वाटते. ज्यांच्यावर आपला विश्वास आहे, त्यांच्याशी, म्हणजे मित्रमैत्रिणी, शिक्षक, आईवडील यांच्याशी तुमच्या भीतीबद्दल बोलायला हवं. एखादा योग्य विचार किंवा एखादी कृती आपली भीती नाहीशी करायला कारण ठरते.

संकल्प : मला ज्यांची भीती वाटते अशा गोष्टी मी शोधेन.